शुभांगी

संजय कांबळे (अभिजीत)

अनुक्रमणिका

अनुक्रमणिका

अनुक्रमणिका

प्रस्तावना

या पुस्तकात लेखकाने प्रेम, निसर्ग आणि जीवनातील दैनंदिन पैलू या विषयावर लिहिलेल्या काही कविता, भावगीत, लावणी आणि गझलांचा समावेश आहे. प्रेमात प्रेम सापडले, प्रेम हरवले आणि प्रेम पुन्हा जागृत होते. त्याचप्रमाणे, निसर्गामध्ये निसर्गाचे महत्त्व आहे आणि लोक नंतरच्या परिणामांकडे न जाता निसर्गाचा स्वतःच्या फायद्यासाठी कसा गैरवापर करतात. सामान्यमध्ये जीवनाच्या सामान्य पैलूंचा समावेश होतो जे लोक आणि सभोवतालच्या वातावरणात जातात.

ऋणनिर्देश, पावती

मी माझ्या मित्रांचे आभार मानू इच्छितो ज्यांनी मला कविता आणि गझल लिहिण्यास प्रेरित केले. मला या कामी सर्वतोपरी मदत करणाऱ्या श्री. श्रीराज मेनन (बदलापूर) यांचे मी खूप- खूप आभार मानतो. त्यांच्या विना हे पुस्तक प्रकाशित होणं केवळ स्वप्न ठरलं असतं. मी नॉशन प्रेस आणि त्याच्या सर्व सदस्यांचे देखील आभार मानू इच्छितो ज्यांनी मला त्यांच्या व्यासपीठाद्वारे माझी सामग्री प्रकाशित करण्याची परवानगी दिली आणि त्यांनी माझ्या चुका सुधारण्यासाठी मला वेळोवेळी मार्गदर्शन केले.

1. माळ

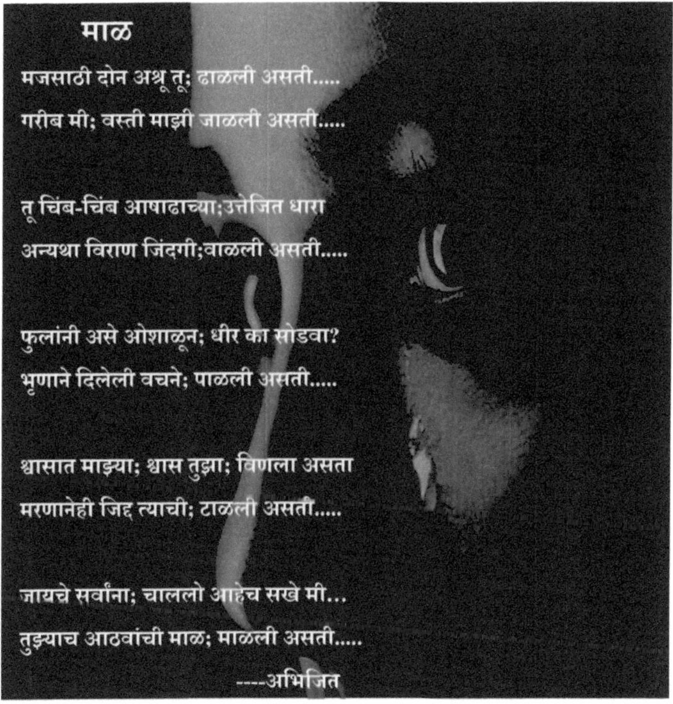

माळ

मजसाठी दोन अश्रू तू; ढाळली असती.....

गरीब मी; वस्ती माझी जाळली असती.....

तू चिंब-चिंब आषाढाच्या;उत्तेजित धारा

अन्यथा विराण जिंदगी;वाळली असती.....

फुलांनी असे ओशाळून; धीर का सोडवा?

भृणाने दिलेली वचने; पाळली असती.....

श्वासात माझ्या; श्वास तुझा; विणला असता

मरणानेही जिद्द त्याची; टाळली असती.....

जायचे सर्वांना; चाललो आहेच सखे मी...

तुझ्याच आठवांची माळ; माळली असती.....

----अभिजित

2. लवाद

लवाद

जे सोडून गेले त्यांची याद कशाला.....
पत्थर झाल्या काळजाला साद कशाला.....

मीच दिला होता; खंजीर त्यांच्या हाती
घाव किती झाले; मोजदाद कशाला.....

तो कर्म करीत चालला आहे निसर्ग
हे माझे नि ते तुझे हा वाद कशाला.....

किती आले, गेले, सारे आहे अबाधित
कुणी कुणाच्या पाठी बरबाद कशाला.....

जातांना ते साधा शब्द हि ना बोलले
ती कोर्ट-कचेरी अन लवाद कशाला.....

ते खुणावतात सूर किती अभिजित
जगण्याला मरण्याचा नाद कशाला.....

----अभिजित

3. निरोप

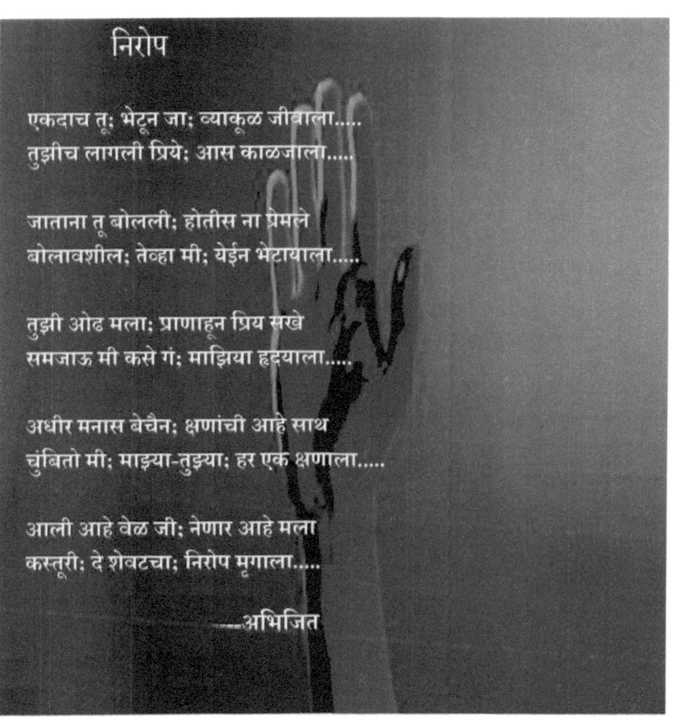

निरोप

एकदाच तू; भेटून जा; व्याकूळ जीवाला.....
तुझीच लागली प्रिये; आस काळजाला.....

जाताना तू बोलली; होतीस ना प्रेमले
बोलावशील; तेव्हा मी; येईन भेटायाला.....

तुझी ओढ मला; प्राणाहून प्रिय सखे
समजाऊ मी कसे गं; माझिया हृदयाला.....

अधीर मनास बेचैन; क्षणांची आहे साथ
चुंबितो मी; माझ्या-तुझ्या; हर एक क्षणाला.....

आली आहे वेळ जी; नेणार आहे मला
कस्तूरी; दे शेवटचा; निरोप मृगाला.....

—अभिजित

4. निंदा

निंदा

आता तरी सोडा निंदा माझी.....

जळती चिता शरमिंदा माझी.....

जन्मभर काय कमी छळले

जिंदगी नव्हतीच मिंधा माझी.....

साहणे होते ते ते साहिले

मौत करू नका जिंदा माझी.....

एक तू होतास ढाळीत अश्रू

चिता वाहत खाविंदा माझी.....

----अभिजित

5. मरण

मरण

जीवनात असे किती क्षण आले.....

मागे ओढाया कित्येक जण आले.....

श्वास अन हवेचा दोस्ताना जूना

श्वास रोखाया हे धूलीकण आले.....

फक्त एका संधीच्या शोधात होतो

भटकणे फार वणवण झाले.....

अंधाराला जाळण्या जळतच गेलो

आयुष्याचे असे सरपण झाले.....

एक-एक अवयव मी दान केले

सरणाला न काही; ते मरण ल्याले.....

----अभिजित

6. अर्थ

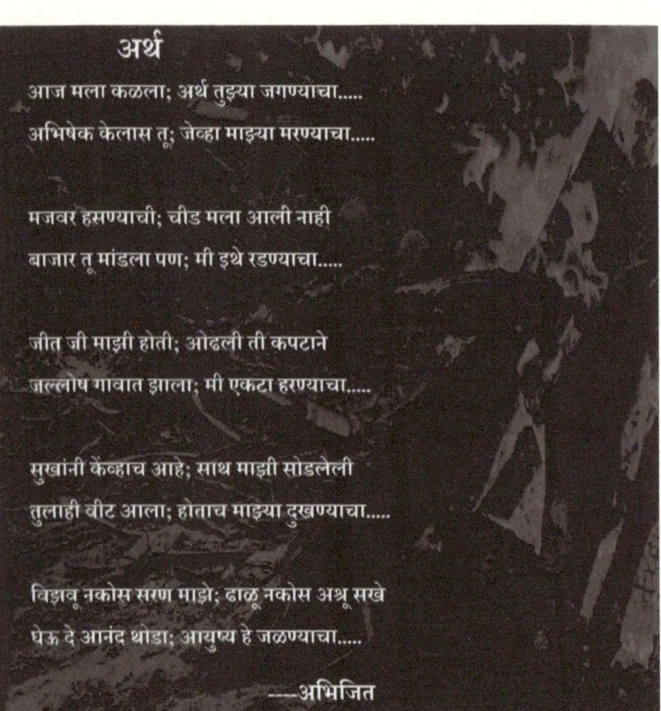

अर्थ

आज मला कळला; अर्थ तुझ्या जगण्याचा.....

अभिषेक केलास तू; जेव्हा माझ्या मरण्याचा.....

मजवर हसण्याची; चीड मला आली नाही

बाजार तू मांडला पण; मी इथे रडण्याचा.....

जीत जी माझी होती; ओढली ती कपटाने

जल्लोष गावात झाला; मी एकटा हरण्याचा.....

सुखांनी केव्हाच आहे; साथ माझी सोडलेली

तुलाही वीट आला; होताच माझ्या दुखण्याचा.....

विझवू नकोस सरण माझे; ढाळू नकोस अश्रू सखे

घेऊ दे आनंद थोडा; आयुष्य हे जळण्याचा.....

----अभिजित

7. छळ

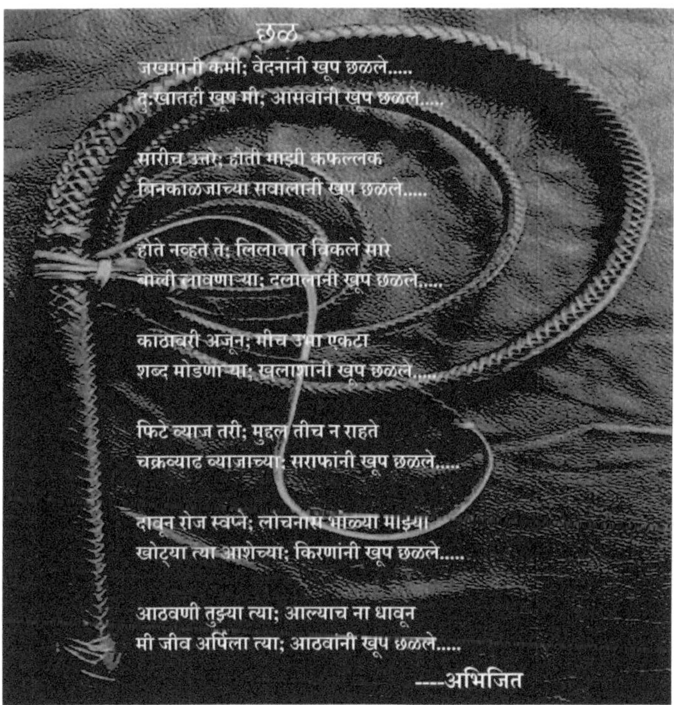

छळ
जखमांनी कमी; वेदनांनी खूप छळले.....
दु:खातही खूष मी; आसवांनी खूप छळले.....

सारीच उत्तरे; होती माझी कफल्लक
बिनकाळजाच्या सवालांनी खूप छळले.....

होते नव्हते ते; लिलावात विकले सारे
बोली लावणाऱ्या; दलालांनी खूप छळले.....

काठावरी अजून; मीच उभा एकटा
शब्द मोडणाऱ्या; खलाशांनी खूप छळले.....

फिटे व्याज तरी; मुद्दल तीच न राहते
चक्रव्याढ व्याजाच्या; सराफांनी खूप छळले.....

दावून रोज स्वप्ने; लोचनास भोळ्या माझ्या
खोट्या त्या आशेच्या; किरणांनी खूप छळले.....

आठवणी तुझ्या त्या; आल्याच ना धावून
मी जीव अर्पिला त्या; आठवांनी खूप छळले.....

----अभिजित

8. पुतळा

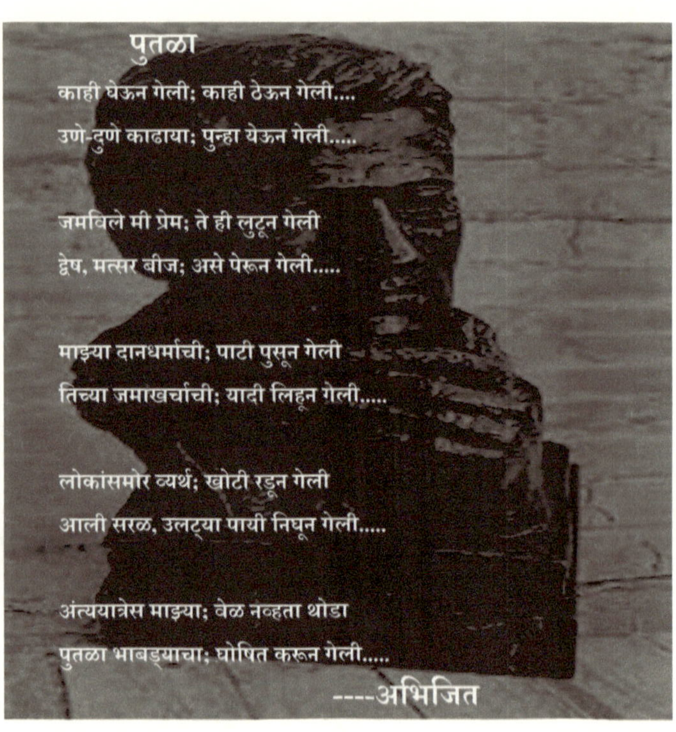

पुतळा

काही घेऊन गेली; काही ठेऊन गेली....

उणे-दुणे काढाया; पुन्हा येऊन गेली.....

जमविले मी प्रेम; ते ही लुटून गेली

द्वेष, मत्सर बीज; असे पेरून गेली.....

माझ्या दानधर्माची; पाटी पुसून गेली

तिच्या जमाखर्चाची; यादी लिहून गेली.....

लोकांसमोर व्यर्थ; खोटी रडून गेली

आली सरळ, उलट्या पायी निघून गेली.....

अंत्ययात्रेस माझ्या; वेळ नव्हता थोडा

पुतळा भाबड्याचा; घोषित करून गेली.....

----अभिजित

9. नजराणा

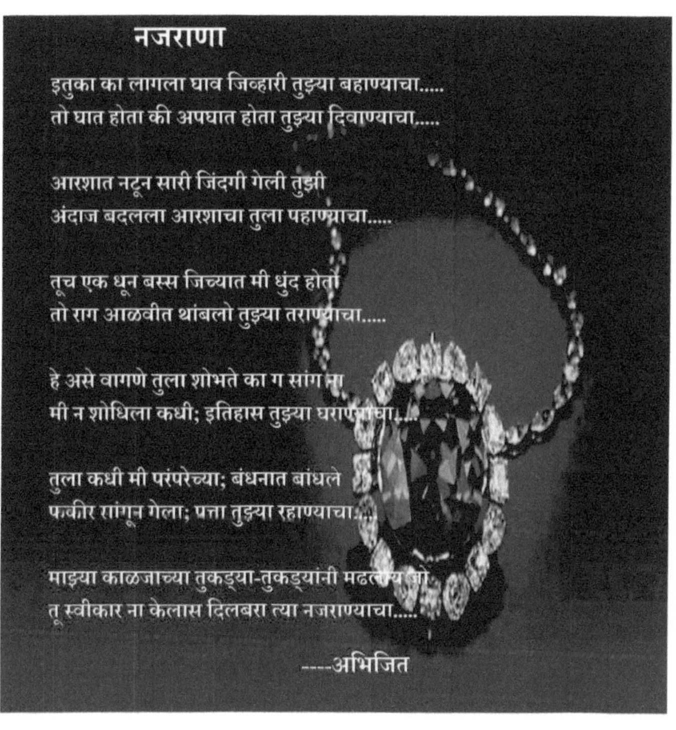

नजराणा

इतुका का लागला घाव जिव्हारी तुझ्या बहाण्याचा.....
तो घात होता की अपघात होता तुझ्या दिवाण्याचा.....

आरशात नटून सारी जिंदगी गेली तुझी
अंदाज बदलला आरशाचा तुला पहाण्याचा.....

तूच एक धून बस्स जिच्यात मी धुंद होतो
तो राग आळवीत थांबलो तुझ्या तराण्याचा.....

हे असे वागणे तुला शोभते का ग सांग ना
मी न शोधिला कधी; इतिहास तुझ्या घराण्याचा.....

तुला कधी मी परंपरेच्या; बंधनात बांधले
फकीर सांगून गेला; पत्ता तुझ्या रहाण्याचा.....

माझ्या काळजाच्या तुकड्या-तुकड्यांनी मढवलेय जो
तू स्वीकार ना केलास दिलबरा त्या नजराण्याचा.....

----अभिजित

10. धग

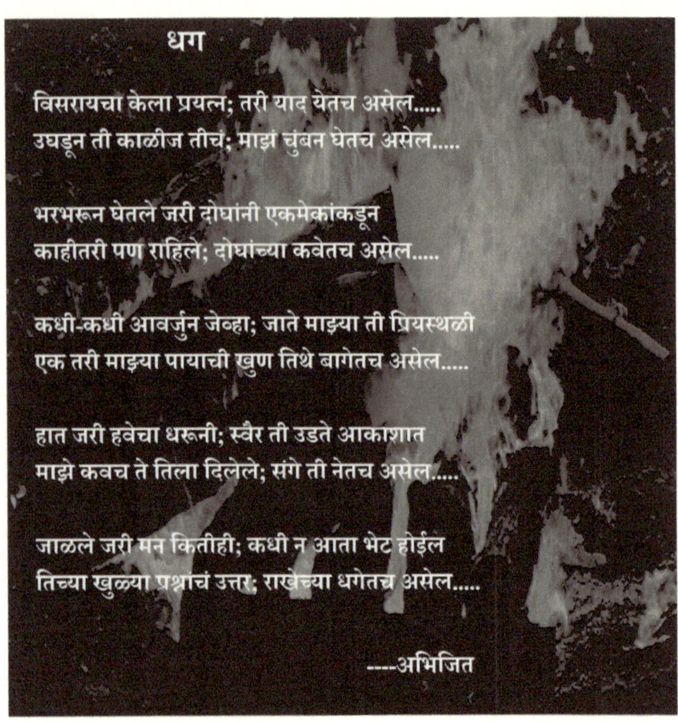

धग

विसरायचा केला प्रयत्न; तरी याद येतच असेल.....
उघडून ती काळीज तीचं; माझं चुंबन घेतच असेल.....

भरभरून घेतले जरी दोघांनी एकमेकांकडून
काहीतरी पण राहिले; दोघांच्या कवेतच असेल.....

कधी-कधी आवर्जुन जेव्हा; जाते माझ्या ती प्रियस्थळी
एक तरी माझ्या पायाची खुण तिथे बागेतच असेल.....

हात जरी हवेचा धरूनी; स्वैर ती उडते आकाशात
माझे कवच ते तिला दिलेले; संगे ती नेतच असेल.....

जाळले जरी मन कितीही; कधी न आता भेट होईल
तिच्या खुल्या प्रश्नांचं उत्तर; राखेच्या धगेतच असेल.....

----अभिजित

11. हौसला

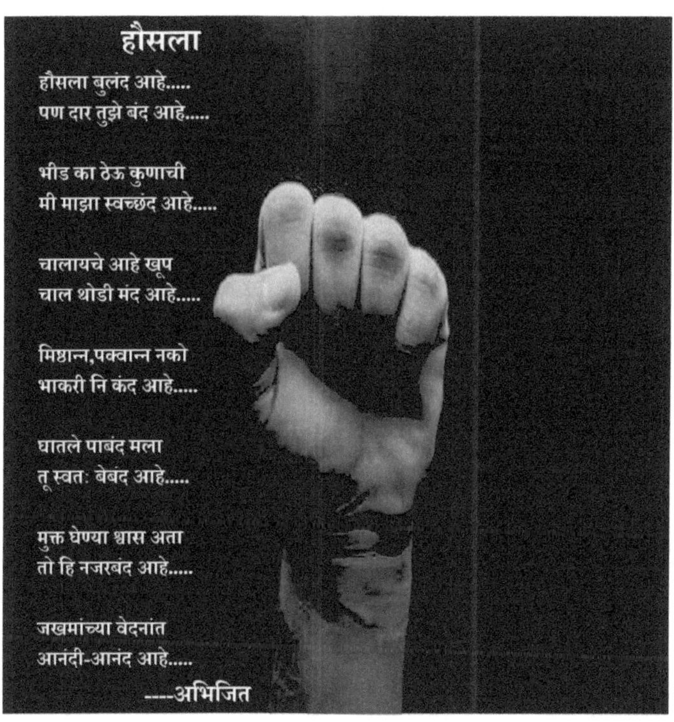

हौसला

हौसला बुलंद आहे.....
पण दार तुझे बंद आहे.....

भीड का ठेऊ कुणाची
मी माझा स्वच्छंद आहे.....

चालायचे आहे खूप
चाल थोडी मंद आहे.....

मिष्ठान्न,पक्वान्न नको
भाकरी नि कंद आहे.....

घातले पाबंद मला
तू स्वतः बेबंद आहे.....

मुक्त घेण्या श्वास अता
तो हि नजरबंद आहे.....

जखमांच्या वेदनांत
आनंदी-आनंद आहे.....

----अभिजित

12. राख

राख

कळा किती आल्या सांगू; गाव स्मरतांना.....

फक्त तुझे घेतले मी; नाव मरतांना.....

तूच एक होतास जो; साउली सारखा

बाकी पाहिलेत सारे; आड लपतांना.....

धावून आली जेव्हा; बेईमान वस्ती

छाती जाहलास माझी; ढाल बनतांना.....

खूप केली श्वापदांनी; डसण्याची भाषा

भुंकले तुझ्यावरही ते; घाव करतांना.....

जे आले पोचवाया; ते गेले लोक सारे

तूच उभा माझी; राख धगधगतांना.....

—अभिजित

13. नाराजी

नाराजी

पाहून मला नाराज का.....
चेहरा पडला आज का.....

मी काही न बोललो तुला
तुझे शिवराळ अल्फाज का....

फैरी साऱ्या गेल्या खाली
चुकला असा अंदाज का.....

उणे लपविण्या हा कावा
माथ्यावर चोरटी खाज का.....

अकला गहाण पडल्या
तयांना एवढा माज का.....

----अभिजित

14. शिक्षा

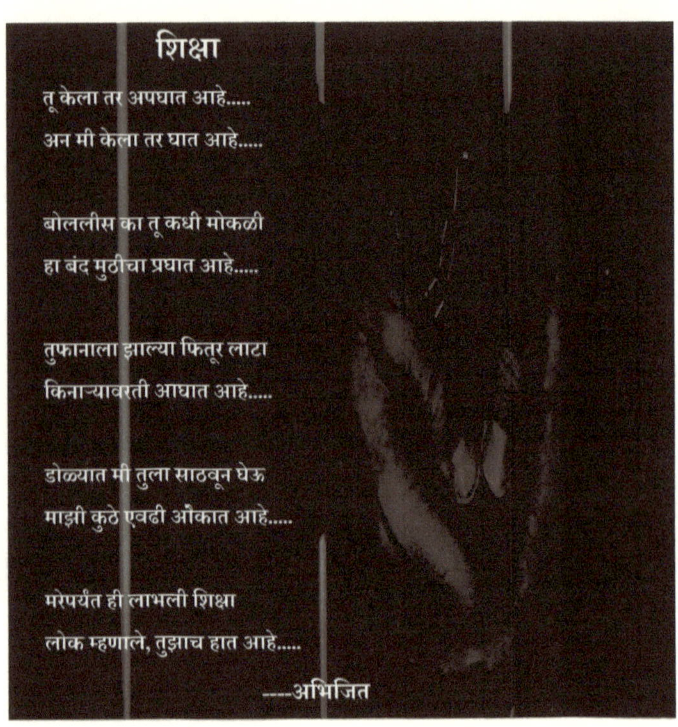

शिक्षा

तू केला तर अपघात आहे.....
अन मी केला तर घात आहे.....

बोललीस का तू कधी मोकळी
हा बंद मुठीचा प्रघात आहे.....

तुफानाला झाल्या फितूर लाटा
किनाऱ्यावरती आघात आहे.....

डोळ्यात मी तुला साठवून घेऊ
माझी कुठे एवढी औकात आहे.....

मरेपर्यंत ही लाभली शिक्षा
लोक म्हणाले, तुझाच हात आहे.....

----अभिजित

15. जिंदगी

जिंदगी

दाखवूनी प्रलोभने; झुलवत राहिली.....
जिंदगी तू मला अशी; फसवत राहिली.....

मी कधी न मागितली सुखाची किरणे
आशेची पहाट उरी; प्रसवत राहिली.....

इतुकाच होता माझा; तुला जर गोडवा
विषाचे ते घोट मला का; पाजत राहिली.....

हा कोणता बहर; जिवनात माझ्या
वसंतात ही पालवी का; झडत राहिली.....

----अभिजित

16. आशेचा गर्भ

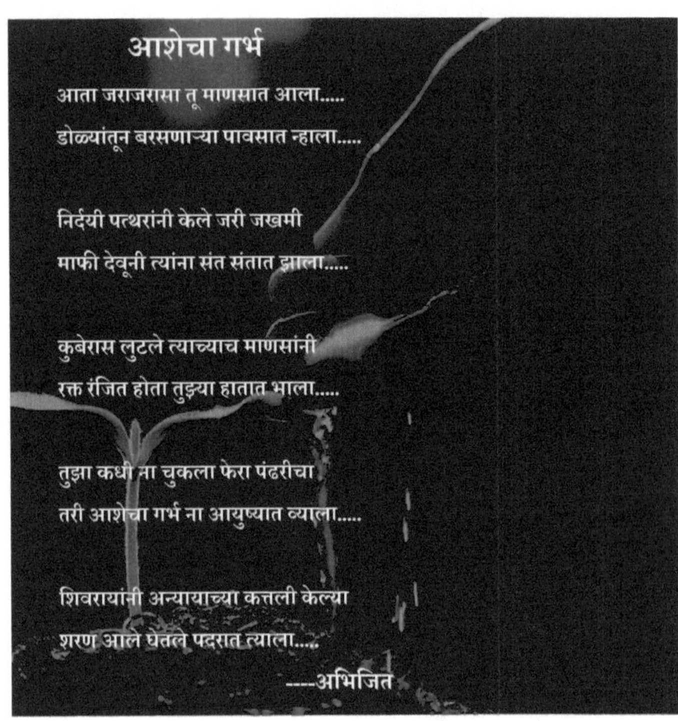

आशेचा गर्भ

आता जराजरासा तू माणसात आला.....

डोळ्यांतून बरसणाऱ्या पावसात न्हाला.....

निर्दयी पत्थरांनी केले जरी जखमी

माफी देवूनी त्यांना संत संतात झाला.....

कुबेरास लुटले त्याच्याच माणसांनी

रक्त रंजित होता तुझ्या हातात भाला.....

तुझा कधी ना चुकला फेरा पंढरीचा

तरी आशेचा गर्भ ना आयुष्यात व्याला.....

शिवरायांनी अन्यायाच्या कत्तली केल्या

शरण आले घेतले पदरात त्याला.....

————अभिजित

17. दान

दान

तुझ्या सर्व स्मृतींना मी; ठेवले वहीच्या पानात.....

गीत मी तुझेच गातो; तू माझ्या हर तानात.....

तूच होती सर्व काही; तूच होती दिशा दाही

जायचो ज्याही दिशेला; नसायचो मी भानात.....

मोगरा अजून आहे; गुलाब ही वाट पाहे

तूच फक्त नाहीस इथे; रेंगाळतो मी रानात.....

घाबरा चेहरा तुझा; कापरा आवाज तुझा

प्रेमाचा एक-एक शब्द; गुंजतोय गं कानात.....

रोज हा फकीर येतो; दान मजकडून घेतो

अभिजीतच्या तू रोमात; हृदयात अन दानात.....

—अभिजित

18. दरवळ

दरवळ

तू आहेस माझ्या अंतरात.....
मी हिरव्या तुझ्या कंकणात.....

तुझा दरवळ दर्वळाया
जळतो मोगरा अंगणात.....

श्वासांनी बघ केला उठाव
तू वावर माझ्या स्पंदनात.....

भेटायाचे शेवटचे होते
तीरडीच्या होतो बंधनात.....

जळतांना मी; पाहिले तुला
तू सरणाच्या; त्या चंदनात.....

----अभिजित

19. फास

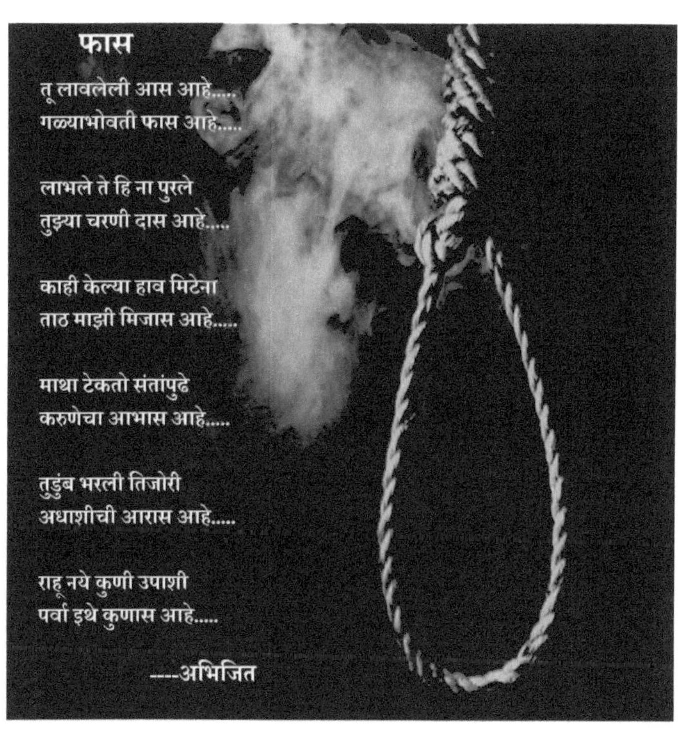

फास

तू लावलेली आस आहे.....
गळ्याभोवती फास आहे.....

लाभले ते हि ना पुरले
तुझ्या चरणी दास आहे.....

काही केल्या हाव मिटेना
ताठ माझी मिजास आहे.....

माथा टेकतो संतांपुढे
करुणेचा आभास आहे.....

तुडुंब भरली तिजोरी
अधाशीची आरास आहे.....

राहू नये कुणी उपाशी
पर्वा इथे कुणास आहे.....

----अभिजित

20. सर

सर

ती जातांना रुसवून गेली.....

हळव्या मनाला रडवून गेली.....

विणले होते मी जे घट्ट

मर्मबंध ते उसवून गेली.....

कधी हलक्या मृदू धारांनी

अंग-अंग ती भिजवून गेली.....

आभाळागत खेकसून कधी

विजेसंग कोसळून गेली.....

निर्जीव हे जे पडले होते

त्या स्वप्नाला स्पर्शून गेली.....

—अभिजित

21. अंथरूण

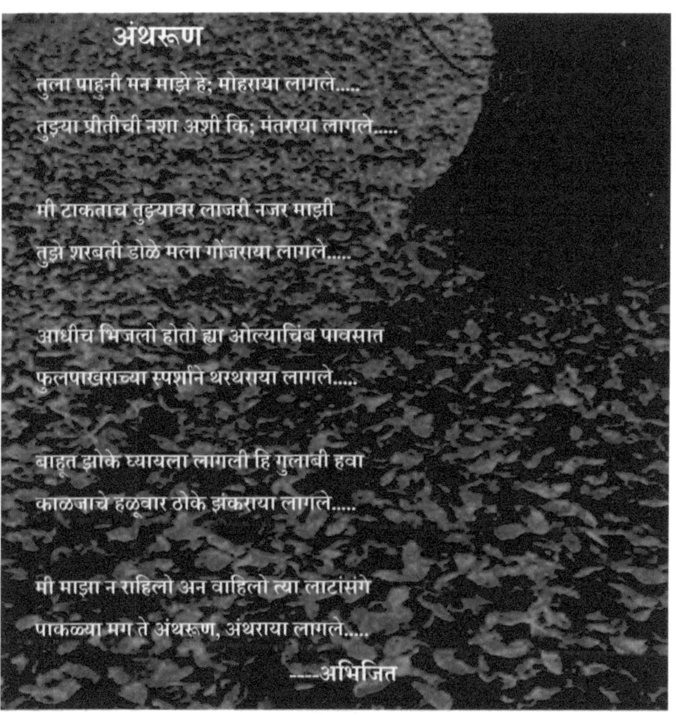

अंथरूण

तुला पाहुनी मन माझे हे; मोहराया लागले.....

तुझ्या प्रीतीची नशा अशी कि; मंतराया लागले.....

मी टाकताच तुझ्यावर लाजरी नजर माझी

तुझे शरबती डोळे मला गोंजराया लागले.....

आधीच भिजलो होतो ह्या ओल्याचिंब पावसात

फुलपाखराच्या स्पर्शाने थरथराया लागले.....

बाहूत झोके घ्यायला लागली हि गुलाबी हवा

काळजाचे हळुवार ठोके झंकराया लागले.....

मी माझा न राहिलो अन वाहिलो त्या लाटांसंगे

पाकळ्या मग ते अंथरूण, अंथराया लागले.....

----अभिजित

22. आदेश

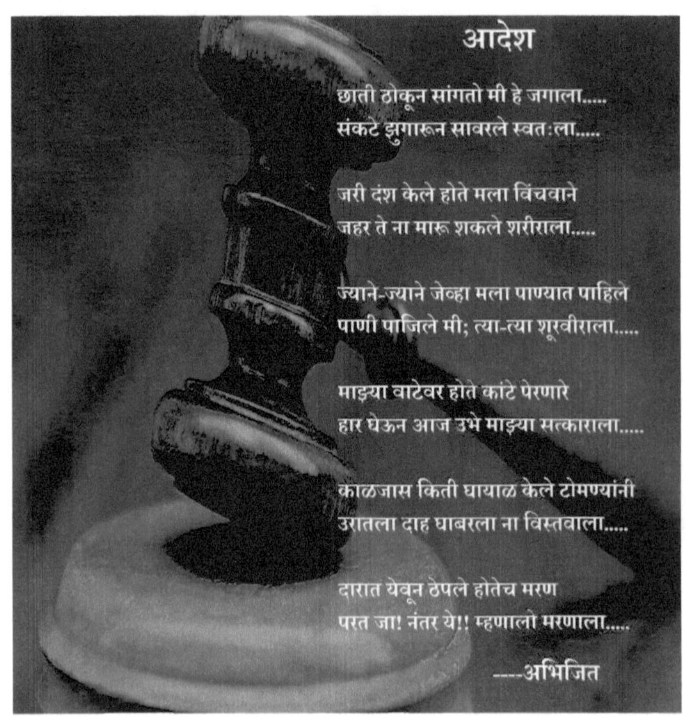

आदेश

छाती ठोकून सांगतो मी हे जगाला.....
संकटे झुगारून सावरले स्वत:ला.....

जरी दंश केले होते मला विंचवाने
जहर ते ना मारू शकले शरीराला.....

ज्याने-ज्याने जेव्हा मला पाण्यात पाहिले
पाणी पाजिले मी; त्या-त्या शूरवीराला.....

माझ्या वाटेवर होते कांटे पेरणारे
हार घेऊन आज उभे माझ्या सत्काराला.....

काळजास किती घायाळ केले टोमण्यांनी
उरातला दाह घाबरला ना विस्तवाला.....

दारात येवून ठेपले होतेच मरण
परत जा! नंतर ये!! म्हणालो मरणाला.....

-----अभिजित

23. कैदी

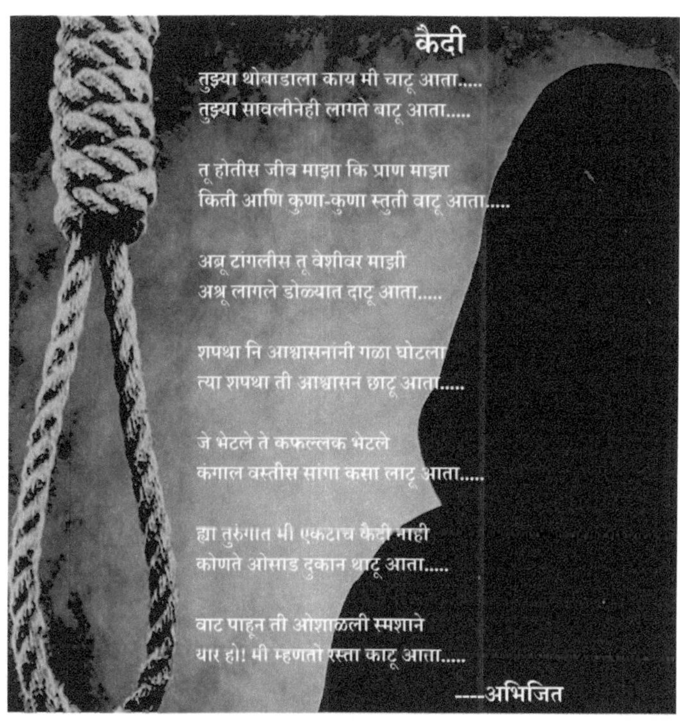

कैदी

तुझ्या थोबाडाला काय मी चाटू आता.....
तुझ्या सावलीनेही लागते बाटू आता.....

तू होतीस जीव माझा कि प्राण माझा
किती आणि कुणा-कुणा स्तुती वाटू आता.....

अब्रू टांगलीस तू वेशीवर माझी
अश्रू लागले डोळ्यात दाटू आता.....

शपथा नि आश्वासनांनी गळा घोटला
त्या शपथा ती आश्वासन छाटू आता.....

जे भेटले ते कफल्लक भेटले
कंगाल वस्तीस सांगा कसा लाटू आता.....

ह्या तुरुंगात मी एकटाच कैदी नाही
कोणते ओसाड दुकान थाटू आता.....

वाट पाहून ती ओशाळली स्मशाने
यार हो! मी म्हणतो रस्ता काटू आता.....

----अभिजित

24. तुरुंग

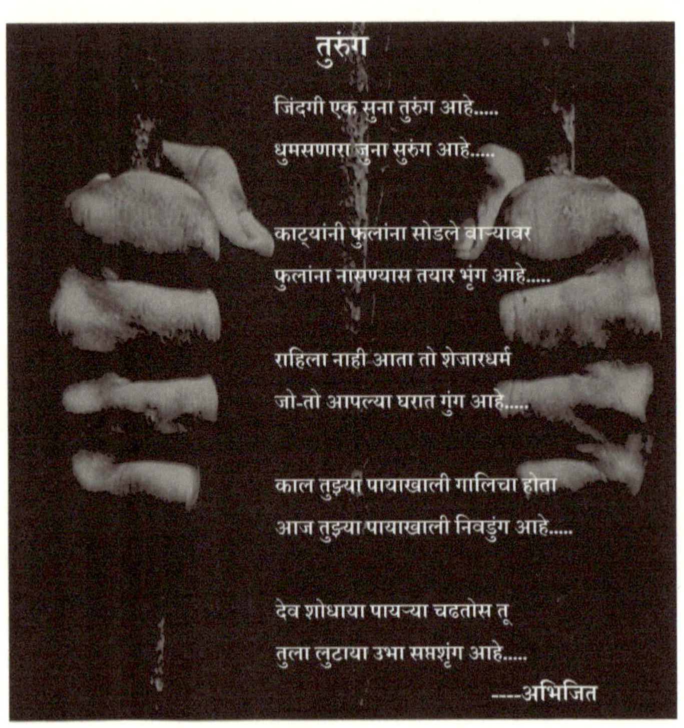

तुरुंग

जिंदगी एक सुना तुरुंग आहे.....

धमसणारा जुना सुरुंग आहे.....

काट्यांनी फुलांना सोडले वाऱ्यावर

फुलांना नासण्यास तयार भृंग आहे.....

राहिला नाही आता तो शेजारधर्म

जो-तो आपल्या घरात गुंग आहे.....

काल तुझ्या पायाखाली गालिचा होता

आज तुझ्या पायाखाली निवडुंग आहे.....

देव शोधाया पायऱ्या चढतोस तू

तुला लुटाया उभा सप्तशृंग आहे.....

----अभिजित

25. हासू

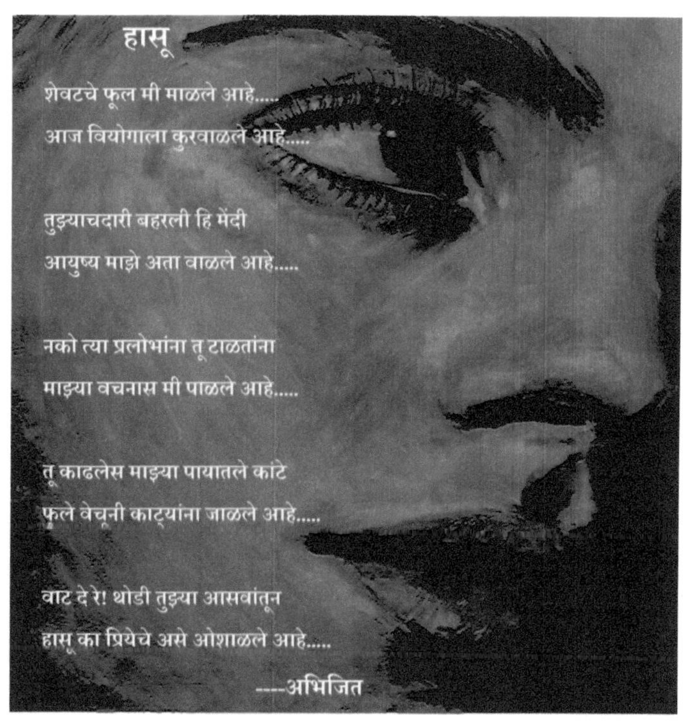

हासू

शेवटचे फूल मी माळले आहे.....
आज वियोगाला कुरवाळले आहे.....

तुझ्याचदारी बहरली हि मेंदी
आयुष्य माझे अता वाळले आहे.....

नको त्या प्रलोभांना तू टाळतांना
माझ्या वचनास मी पाळले आहे.....

तू काढलेस माझ्या पायातले काटे
फुले वेचूनी काट्यांना जाळले आहे.....

वाट दे रे! थोडी तुझ्या आसवांतून
हासू का प्रियेचे असे ओशाळले आहे.....

----अभिजित

26. गाढवे

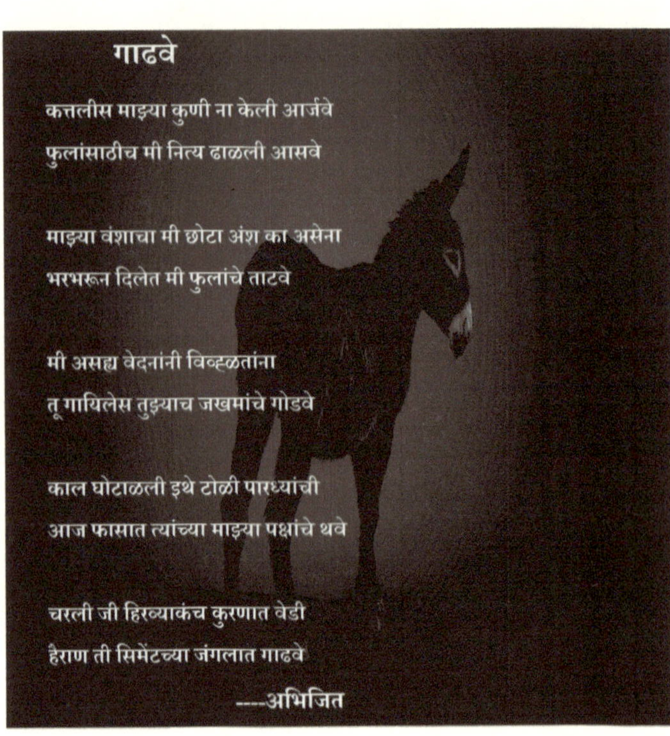

गाढवे

कत्तलीस माझ्या कुणी ना केली आर्जवे
फुलांसाठीच मी नित्य ढाळली आसवे

माझ्या वंशाचा मी छोटा अंश का असेना
भरभरून दिलेत मी फुलांचे ताटवे

मी असह्य वेदनांनी विव्हळतांना
तू गायिलेस तुझ्याच जखमांचे गोडवे

काल घोटाळली इथे टोळी पारध्यांची
आज फासात त्यांच्या माझ्या पक्षांचे थवे

चरली जी हिरव्याकंच कुरणात वेडी
हेराण ती सिमेंटच्या जंगलात गाढवे

----अभिजित

27. रुखरुख

रुखरुख

येशील तू जगतो ह्या आशेवरी.....
निखारे किती ठेवू मी काळजावरी.....

का होते कुणी कुणाचे जिवलग
आघात मग साहणे जीवावरी.....

हा अबोला समजू कि हट्ट तुझा
घट्ट होते जे बंध; अता अधांतरी.....

तुझ्याविना जगावे कसे हा प्रश्न
गोतावळ्यातही परक्यापरी .....

जीवनास सदा तू वेड लाविले
रुखरुख लाविली मानस खरी.....

----अभिजित

28. टाहो

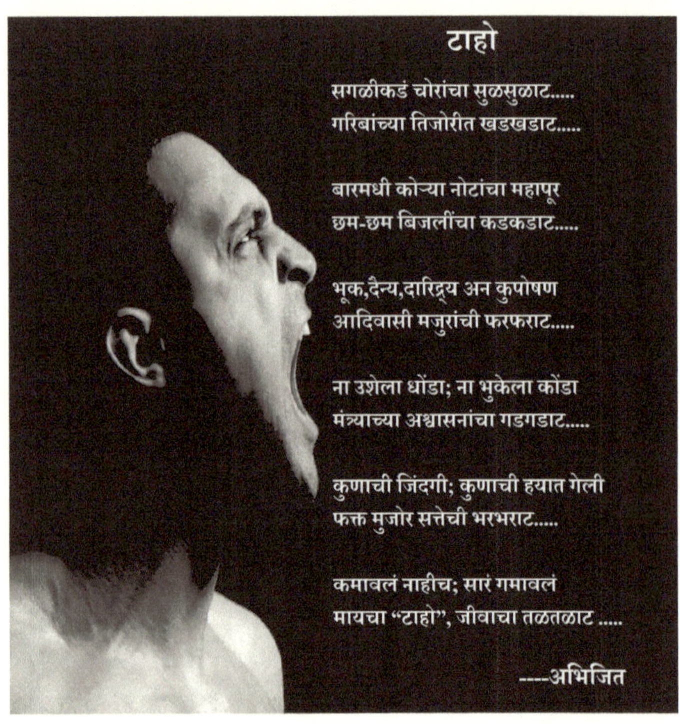

टाहो

सगळीकडं चोरांचा सुळसुळाट.....
गरिबांच्या तिजोरीत खडखडाट.....

बारमधी कोन्या नोटांचा महापूर
छम-छम बिजलींचा कडकडाट.....

भूक,दैन्य,दारिद्र्य अन कुपोषण
आदिवासी मजुरांची फरफराट.....

ना उशेला धोंडा; ना भुकेला कोंडा
मंत्र्याच्या अश्वासनांचा गडगडाट.....

कुणाची जिंदगी; कुणाची हयात गेली
फक्त मुजोर सत्तेची भरभराट.....

कमावलं नाहीच; सारं गमावलं
मायचा "टाहो", जीवाचा तळतळाट.....

----अभिजित

29. कवडसा

कवडसा

न राहिला कुणावर भरवसा.....
हरवला रे! प्रेमाचा कवडसा.....

पूर्वीचा लळा, ओलसर जिव्हाळा
ऋतू बदलावा, बदलला तसा.....

देह साजिवंत, जीव लावी श्वास
सोडूनी चालला का तू अता असा.....

चातका सारखी तुझी आस झालो
ये ना, दोन धारा, दे ना रे पावसा.....

हीच आहे का रे तुझी रीत जगा
पाण्याविना ठेवितो कोरडा घसा.....

----अभिजित

30. मन सूनं-सूनं.....

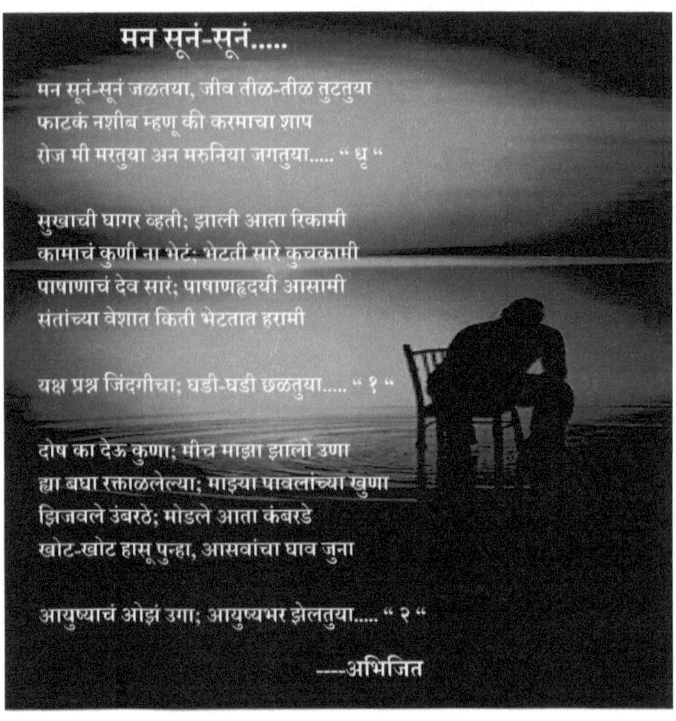

मन सूनं-सूनं.....

मन सूनं-सूनं जळतया, जीव तीळ-तीळ तुटतुया
फाटकं नशीब म्हणू की करमाचा शाप
रोज मी मरतुया अन मरुनिया जगतुया..... " धृ "

सुखाची घागर व्हती; झाली आता रिकामी
कामाचं कुणी ना भेटं; भेटती सारे कुचकामी
पाषाणाचं देव सारं; पाषाणहृदयी आसामी
संतांच्या वेशात किती भेटतात हरामी

यक्ष प्रश्र जिंदगीचा; घडी-घडी छळतुया..... " १ "

दोष का देऊ कुणा; मीच माझा झालो उणा
ह्या बघा रक्ताळलेल्या; माझ्या पावलांच्या खुणा
झिजवले उंबरठे; मोडले आता कंबरडे
खोट-खोट हासू पुन्हा, आसवांचा घाव जुना

आयुष्याचं ओझं उगा; आयुष्यभर झेलतुया..... " २ "

----अभिजित

31. प्रियतमा.....

प्रियतमा.....

" माझे जे होते, तुजवर लुटविले; बाकी ना ठेवले काही
तरी जातांना, दया ना आली; तुला माझी जराही "
तू प्रियतमा ! धोका हा मजला देऊ नको
मन माझं मोडुनी, जीव माझा तोडूनी; घाव हृदयावर घालू नको......"ध्रु"

मी रात-रात जागलो; तुला साथ देत राहिलो
जिवलगा होऊन वागलो; खुल्या प्रेमात गं वाहिलो
तुझ्यासाठी मी सर्व केले; माझे सुख चैन हरविले
तुझ्या काळजीत असे गं; किती क्षण माझे हे गेले

हात झिडकारुनी; साथ माझी सोडूनी; दुष्मनापरी वागू नको....."१"
तू प्रियतमा.....

खोटी शपथ तू घेतलीस; किती वचने तू पाळलीस
नाही प्रेमाला जागलीस; माझ्या इश्कात हारलीस
काय चुकले तू माझे सांग; काय हवे तुला तू माग
सर्वस्व अर्पीन तुला गं; पण प्रीतींस माझ्या जाग

काळीज तडफडत; प्रीत माझी तुडवत; लोटुनी दूर जाऊ नको....."२"
तू प्रियतमा.....

—अभिजित

32. तू मोडले वचन....

तू मोडले वचन....   चाल : मिलेंगे तुमको तो ये बतायेंगे .....

तू मोडले वचन; जाळूनी हे मन; दगा दिलास तू मला
गं सोनिये; तू सोनिये; गं प्रेमळ; तू प्रेमळे ..... " ध्रु "

मी रक्ताचे पाणी केले; ह्या काळजाचे तुकडे केले
तू अल्लड, अवखळ; शिकवून शहाणे केले
काय कमी होते सांगना; काय पाहिजे होते मागना
तुझी आस तू मांडना; येऊन जरा भांडना

हृदयाच्या; कप्प्यातून; दिले असते; तुला हवे ते ..... " १ "

मी तुजवर कुर्बान; केली होती माझी जान
माझे सर्वस्व अर्पून; लुटविले होते प्राण
ठीक आहे येऊ नको; दिलबरा तोडू नको
साथ हि सोडू नको; हात मला जोडू नको

अभिजित; तुझी प्रिया; गद्दार रे; बैमान रे..... " २ "

----अभिजित

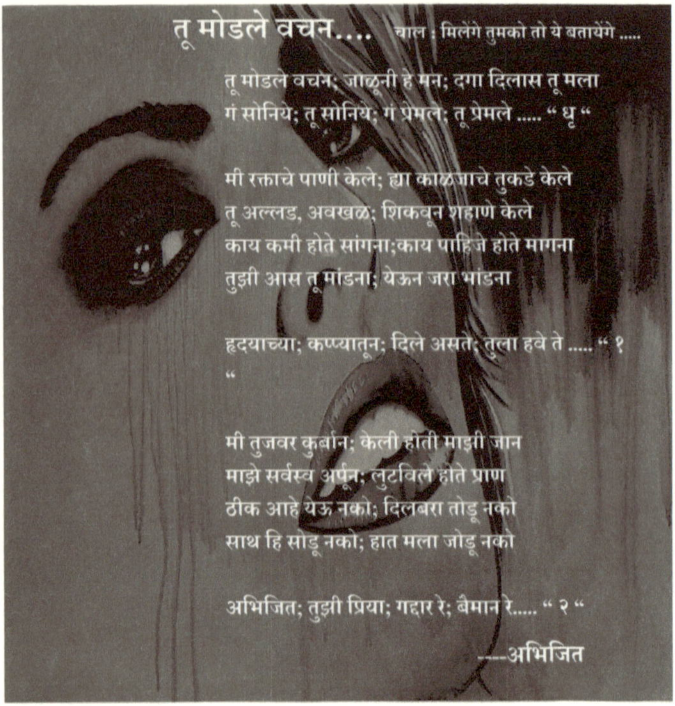

33. " ती "

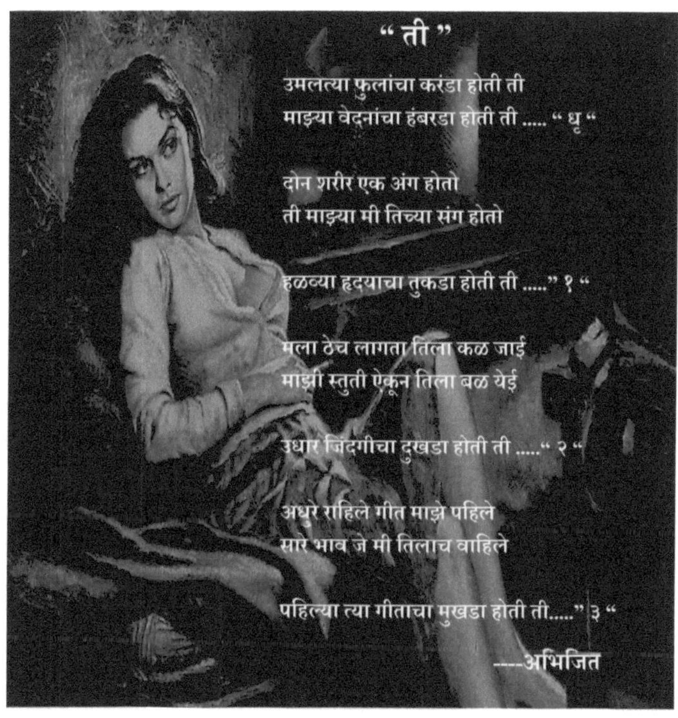

" ती "

उमलत्या फुलांचा करंडा होती ती
माझ्या वेदनांचा हंबरडा होती ती ..... " धृ "

दोन शरीर एक अंग होतो
ती माझ्या मी तिच्या संग होतो

हळव्या हृदयाचा तुकडा होती ती ....." १ "

मला ठेच लागता तिला कळ जाई
माझी स्तुती ऐकून तिला बळ येई

उधार जिंदगीचा दुखडा होती ती ....." २ "

अधुरे राहिले गीत माझे पहिले
सारे भाव जे मी तिलाच वाहिले

पहिल्या त्या गीताचा मुखडा होती ती....." ३ "

-----अभिजित

34. " शमा "

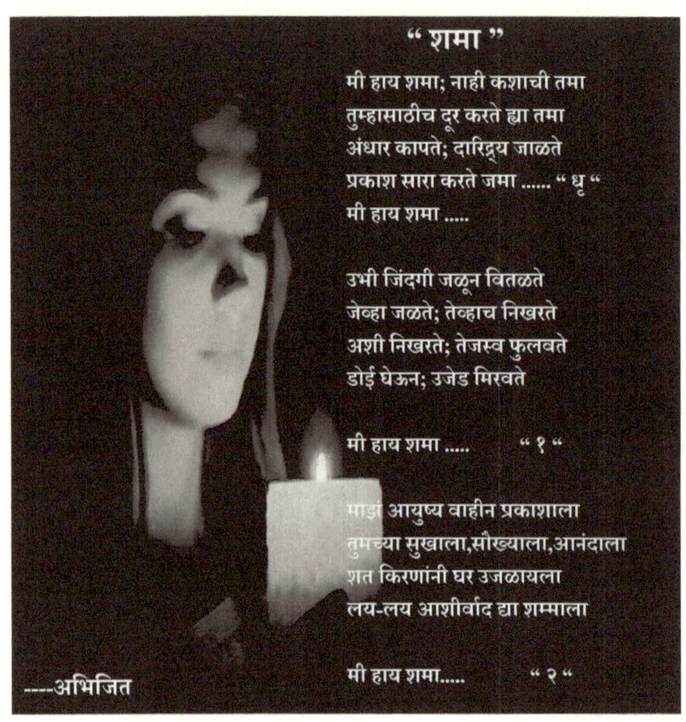

" शमा "

मी हाय शमा; नाही कशाची तमा
तुम्हासाठीच दूर करते ह्या तमा
अंधार कापते; दारिद्र्य जाळते
प्रकाश सारा करते जमा .... " धृ "
मी हाय शमा .....

उभी जिंदगी जळून वितळते
जेव्हा जळते; तेव्हाच निखरते
अशी निखरते; तेजस्व फुलवते
डोई घेऊन; उजेड मिरवते

मी हाय शमा .....   " १ "

माझं आयुष्य वाहीन प्रकाशाला
तुमच्या सुखाला,सौख्याला,आनंदाला
शत किरणांनी घर उजळायला
लय-लय आशीर्वाद द्या शम्माला

मी हाय शमा.....   " २ "

----अभिजित

35. " वीट "

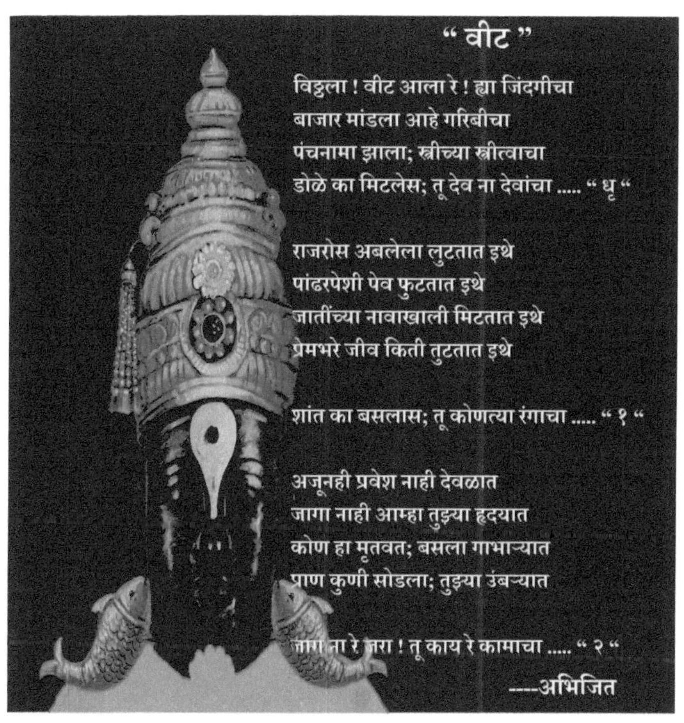

" वीट "

विठ्ठला ! वीट आला रे ! ह्या जिंदगीचा
बाजार मांडला आहे गरिबीचा
पंचनामा झाला; स्त्रीच्या स्त्रीत्वाचा
डोळे का मिटलेस; तू देव ना देवांचा ..... " धृ "

राजरोस अबलेला लुटतात इथे
पांढरपेशी पेव फुटतात इथे
जातींच्या नावाखाली मिटतात इथे
प्रेमभरे जीव किती तुटतात इथे

शांत का बसलास; तू कोणत्या रंगाचा ..... " १ "

अजूनही प्रवेश नाही देवळात
जागा नाही आम्हा तुझ्या हृदयात
कोण हा मृतवत; बसला गाभाऱ्यात
प्राण कुणी सोडला; तुझ्या उंबऱ्यात

जागा ना रे जरा ! तू काय रे कामाचा ..... " २ "

----अभिजित

36. लावणी .....

लावणी .....

अहो राया मला कडेवर उचलून घ्याना ..... "धृ"

तुमच्याचसाठी; तुमच्याचसाठी
घरदार सोडलं मी केव्हाच पाठी

अहो राव कधी तरी गोड बोला ना .....   "१"

एकदा विश्वास ठेऊन तर बघा
श्वासातश्वास मिसळून तर बघा

अहो धनी घडी भर तरी थांबा ना .....   "२"

मनही तुमचे हे तनही तुमचे
माझं न काही सारेच तुमचे

अहो शेठ जीव घेऊन तर पहा ना .....   "३"

जीव माझा केव्हाच कुरबान तुम्हा
पर्वा नाही कधीच जीवांची आम्हा

सरकार ! माझ्या ज्वानीच मालक व्हाना ....." ४ "

-----अभिजित

37. लावणी .....

लावणी.....

नका जाऊ तुम्ही माझ्या हसण्यावर
काही उपाय करा ना ह्या दुखण्यावर .....

कुणी हात दाबला; लयी वाटत बरं
कुणी पाय चेपला; लयी वाटत बरं
माझं काळीज कि हो हे थरथरं
आन लयीच दुखतीया हि कंबर

मदनाचा बाम चोळते सान्या अंगावर .....

रातभर नाही डोळ्याला डोळा
त्यात येत होत्या कळांवर कळा
पण नाहीच कुणा माझा कळवळा
गंगा-यमुना वहिल्या घळाघळा

गरम पाण्यानं शेकते मी गच्चीवर .....

----अभिजित

38. लावणी .....

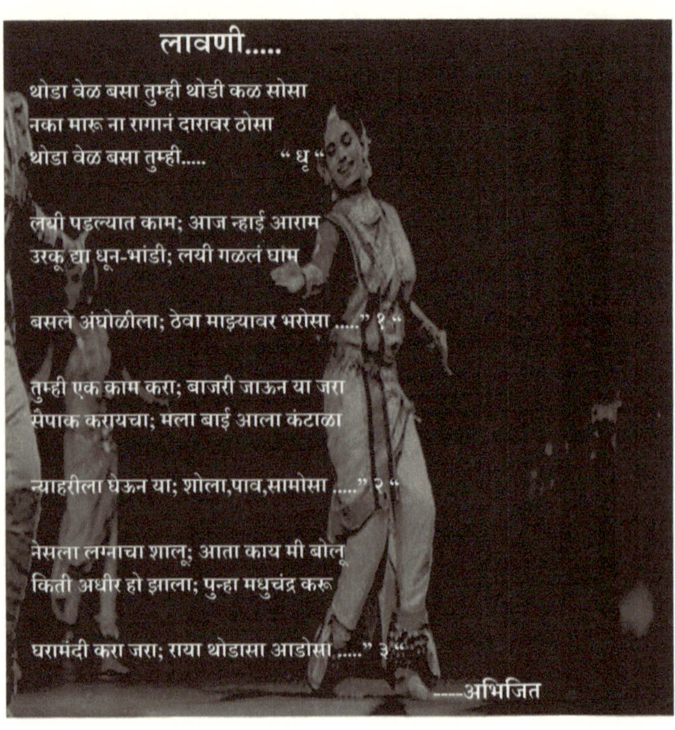

लावणी.....

थोडा वेळ बसा तुम्ही थोडी कळ सोसा
नका मारू ना रागानं दारावर ठोसा
थोडा वेळ बसा तुम्ही.....   " धृ "

लयी पडल्यात काम; आज न्हाई आराम
उरकू द्या धून-भांडी; लयी गळलं घाम

बसले अंघोळीला; ठेवा माझ्यावर भरोसा .....” १ “

तुम्ही एक काम करा; बाजरी जाऊन या जरा
सैपाक करायचा; मला बाई आला कंटाळा

न्याहरीला घेऊन या; शोला,पाव,सामोसा .....” २ “

नेसला लग्नाचा शालू; आता काय मी बोलू
किती अधीर हो झाला; पुन्हा मधुचंद्र करू

घरामंदी करा जरा; राया थोडासा आडोसा .....” ३ “

____अभिजित

39. लावणी .....

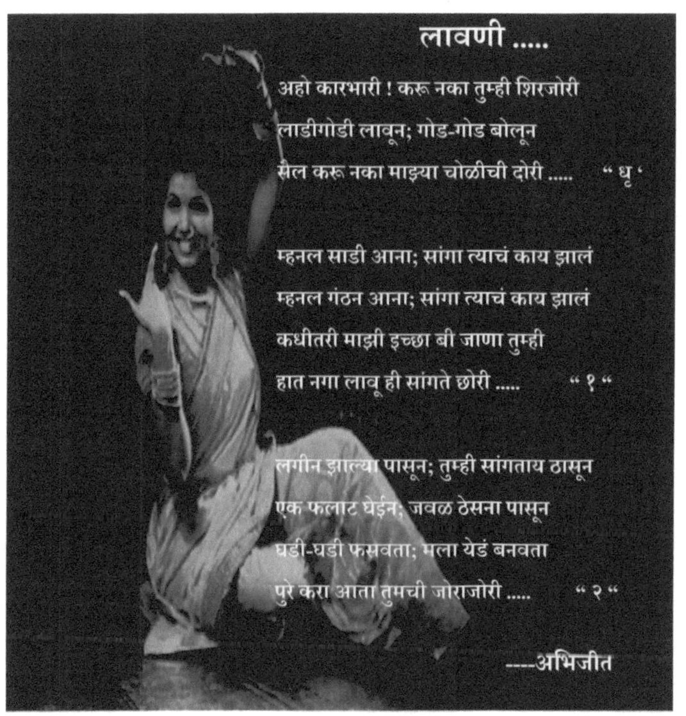

लावणी .....

अहो कारभारी ! करू नका तुम्ही शिरजोरी
लाडीगोडी लावून; गोड-गोड बोलून
सैल करू नका माझ्या चोळीची दोरी .....   " धृ '

म्हनल साडी आना; सांगा त्याचं काय झालं
म्हनल गंठन आना; सांगा त्याचं काय झालं
कधीतरी माझी इच्छा बी जाणा तुम्ही
हात नगा लावू ही सांगते छोरी .....   " १ "

लगीन झाल्या पासून; तुम्ही सांगताय ठासून
एक फलाट घेईन; जवळ ठेसना पासून
घडी-घडी फसवता; मला येडं बनवता
पुरे करा आता तुमची जोराजोरी .....   " २ "

                              ----अभिजीत

40. लावणी .....

लावणी.....
माझ्या पानाला लावा कि हो चुना
इश्काची सुपारी; पिरतीचा कथ्या
रंगात रंगू चला पुन्हा ....   " धृ "

मला खायाचा हाय बघा विडा
विडा भरवायचा उचलाना विडा
माझी म्हातारी; झोपलीय दुपारी
घटूम जाऊ द्या ना एक गुन्हा ..... " १ "

जिथं न्याल तिथं येईन फिरायला
तुमच्या सोबती मी मिरवायला
दिल्ली दरबारी, करते मी वारी
मुंबई असो कि हो पुना .....   " २ "

तुमची पुरविन मी हो हौस
तुमचा पडू द्या कमरेला फास
काया कोरी-कोरी; माझी गोरी-गोरी
नशीबी आहे बघू कुणा .....   " ३ "

----अभिजित

41. लावणी .....

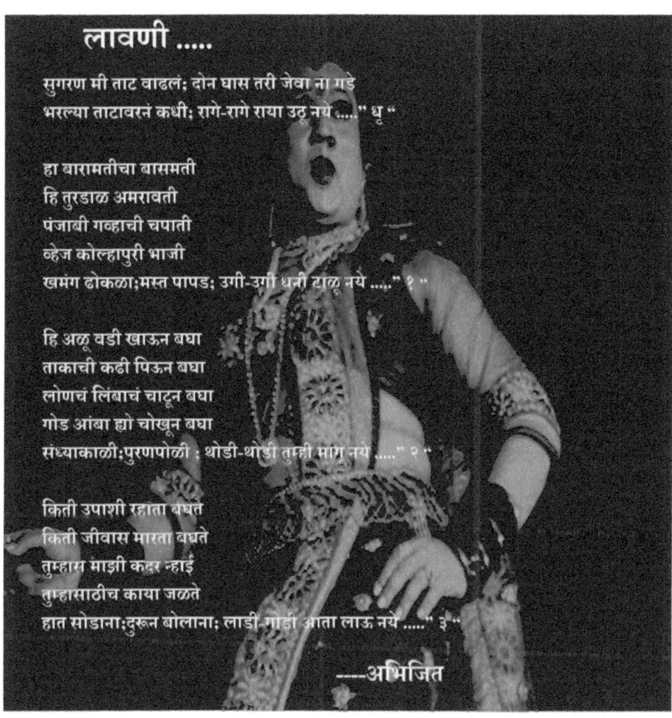

लावणी .....

सुगरण मी ताट वाढलं; दोन घास तरी जेवा ना गडे
भरल्या ताटावरनं कधी; रागे-रागे राया उठू नये ....." धृ "

हा बारामतीचा बासमती
हि तुरडाळ अमरावती
पंजाबी गव्हाची चपाती
व्हेज कोल्हापुरी भाजी
खमंग ढोकळा; मस्त पापड; उगी-उगी धनी टाळू नये ....." १ "

हि अळू वडी खाऊन बघा
ताकाची कढी पिऊन बघा
लोणचं लिंबाचं चाटून बघा
गोड आंबा ह्यो चोखून बघा
संध्याकाळी; पुरणपोळी : थोडी-थोडी तुम्ही मागू नये ....." २ "

किती उपाशी र्‍हाता बघते
किती जीवास मारता बघते
तुम्हास माझी कदर न्हाई
तुम्हासाठीच काया जळते
हात सोडाना; दुरून बोलाना; लाडी-गोडी आता लाऊ नये ....." ३ "

----अभिजित

42. लावणी .....

लावणी.....

आता कशाला उद्याची बात; मालवून टाका ही वात
ऊब घेऊ द्या सारी रात; आनि तुम्हीच करा सुरुवात
आधी तुम्हीच करा सुरुवात ..... " धृ "

नाही-नाही म्हनते मी जवा
तुम्ही पिरतीचा करता कावा
गोड कानात कुजबुज करून
हलकासा घेता एक चावा
मी बी चावा घेऊन टाकते कात; राया तुम्हीच करा सुरुवात .....

लयी-लयी तुम्ही हो लबाड
तुम्हासाठीच खोलते हे घबाड
बोलण्यातच तुम्ही का फाड-फाड
नको तिखट व्हा ना जरा ग्वाड
आज करा माझ्यावरती मात; अहो तुम्हीच करा सुरुवात .....

अधरांनी गुदगुल्या करा
माझ्या सुरात सूर जरा भरा
मद हवेत फिरवा गरगरा
तहानेला पाजा हो झरा
आघातावर होऊ द्या आघात; धनी तुम्हीच करा सुरुवात .....

----अभिजित

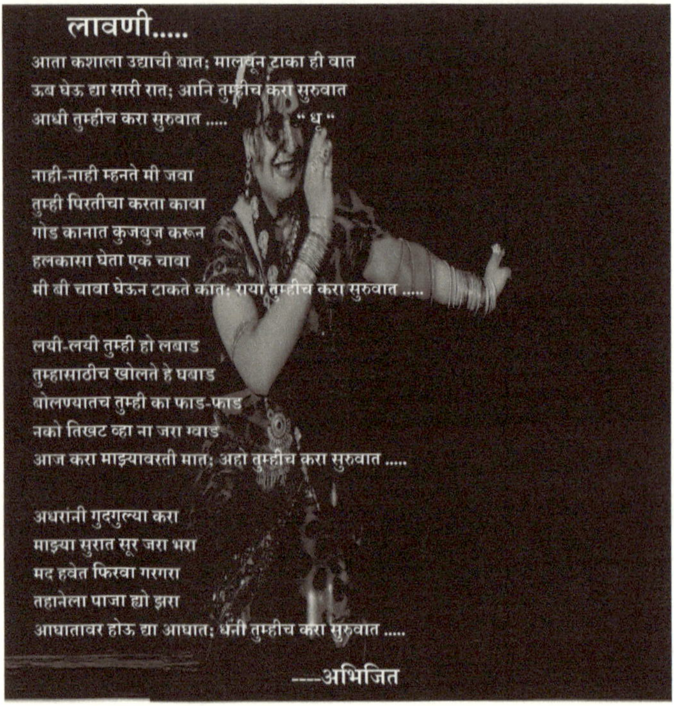

43. लावणी .....

लावणी.....
तम ज्वाला एकमेकांत घुसल्या
कुणीतरी बंध सोडवा ना
इश्काचा वणवा पेटलाय रानी
कुणीतरी बंब बोलवा ना .....   " धृ "

लयी हिरवं टंच होतं हे रान
रातभर चालायचं खान-पान
कशी आगीन माजवली धुमशान
करून टाकलं पुरतं बेजान
कुणीतरी बोलवा ना कोतवालांना ....." १ "

भुरभुर भुरभुर पेटत राहील
सुक्या संग ओल जळत राहील
जळता-जळता धुमसत राहील
धुमसता-धुमसता फुदकत राहील
कुणीतरी हे डोळं पुसाना .....   " २ "

रानाची आरास जाईल निघून
रानाची मिजास जाईल धुपून
उभं राहू द्या पुन्हा नटून-थटून
धग थोडी आहे बाकी अजून
अभिजित जलधारा उडवा ना ..... " ३ "

----अभिजित

44. लावणी .....

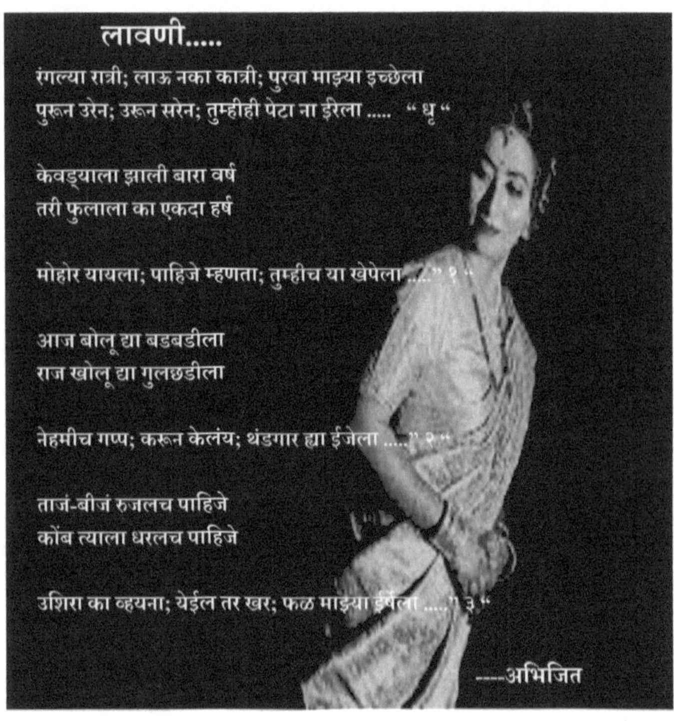

लावणी.....
रंगल्या रात्री; लाऊ नका कात्री; पुरवा माझ्या इच्छेला
पुरून उरेन; उरून सरेन; तुम्हीही पेटा ना ईरीला .....   " धृ "

केवड्याला झाली बारा वर्ष
तरी फुलाला का एकदा हर्ष

मोहोर यायला; पाहिजे म्हणता; तुम्हीच या खेपेला ......" १ "

आज बोलू द्या बडबडीला
राज खोलू द्या गुलछडीला

नेहमीच गप्प; करून केलंय; थंडगार ह्या ईजेला ......" २ "

ताजं-बीजं रुजलच पाहिजे
कोंब त्याला धरलच पाहिजे

उशिरा का व्हयना; येईल तर खर; फळ माझ्या ईर्षेला ....." ३ "

------अभिजित

45. लावणी .....

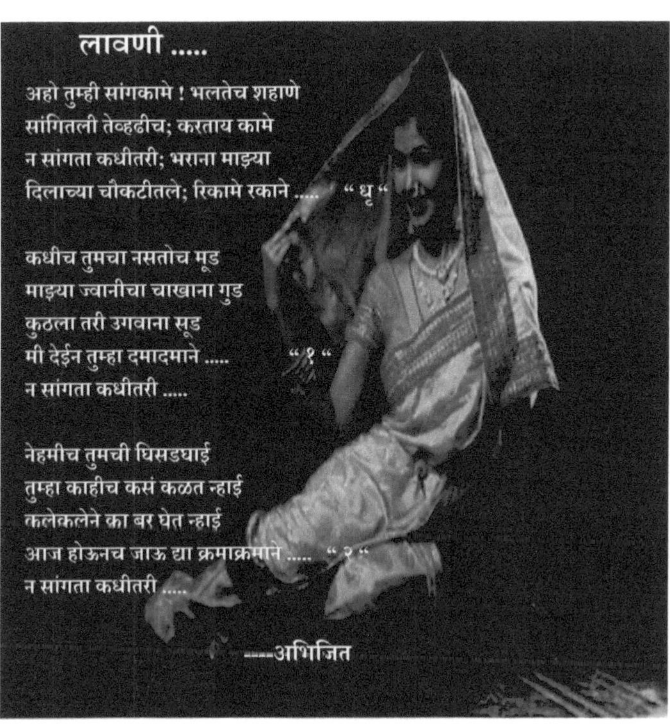

लावणी .....

अहो तुम्ही सांगकामे ! भलतेच शहाणे
सांगितली तेव्हढीच; करताय कामे
न सांगता कधीतरी; भराना माझ्या
दिलाच्या चौकटीतले; रिकामे रकाने .....   " धृ "

कधीच तुमचा नसतोच मूड
माझ्या ज्वानीचा चाखाना गुड
कुठला तरी उगवाना सूड
मी देईन तुम्हा दमादमाने .....   " १ "
न सांगता कधीतरी .....

नेहमीच तुमची घिसडघाई
तुम्हा काहीच कसं कळत न्हाई
कलेकलेने का बर घेत न्हाई
आज होऊनच जाऊ द्या क्रमाक्रमाने .....   " २ "
न सांगता कधीतरी .....

-----अभिजित

46. लावणी .....

लावणी .....

अहो थांबाना जरा; तुम्ही ऐकाना जरा; माझ्या मेनूची कहाणी
जिभल्या चाटालं; पुन्हा मागाल; सांगते; चिपळूणची हिरकणी .....” धृ “

फणसाच्या गराचं कालवण
त्यासोबत तांदळाच घावनं
सुका जवळा भाजलेला अन भुई-करवंदयाची चटणी
अहो बसाना जरा; तुम्ही घास्साना जरा; माझ्या मेनूची कहाणी.....” १ “

भात अन फतफते अळूचे
जिवंत मासे गोड नदीचे
कैरी,काजू,जांम्भलाच लोणचं त्यास खमंग लसनाची फोडणी
अहो चाखाना जरा; चव सांगाना जरा; माझ्या मेनूची कहाणी.....” २ “

गोड हापूस हवा कि रायवळी
आमरस हवा कि आंबावडी
चोखून खा या कापून खा सांगा; कशी हाय आंब्याची मेजवानी
अहो धराना जरा; तोंडी लावा ना जरा; माझ्या मेनूची कहाणी.....” ३ “

----अभिजित

47. लावणी .....

लावणी .....

मी नार अनारकली; नाव माझं चाफेकळी
हसले कि, दोन्ही गालावर उमटते खळी
मला पाहुनी; दो नजरेनी; माझ्या दिलवरांना
घडी, घडी, घडी, घडी फुटते उकळी ..... " धृ "

बाप माझा हाय तालेवार
त्याची सोन्याची हाय तलवार
एका घावात; दोन तुकडे
त्याला घाबरते; दिल्ली सरकार

राजेशाही थाट माझा; मी गुलाबाची पाकळी.....” १ “

कुणी मोत्याचा खडा म्हणतं
कुणी सोन्याचा घडा म्हणतं
नवरत्न किमाम लावलेला
कुणी बनारसी विडा म्हणतं

मदनाच्या डोहातली; मी रसभरीत मासळी.....” २ “

----अभिजित

48. लावणी .....

लावणी .....

माझ्या बोटात घालाना अंगठी
दोन घडीची; दोन क्षणांची का असेना
तुमच्या सुखाची मी सवंगडी
माझ्या बोटात घालाना अंगठी .....   " ध्रु "

मजपाशी होतं ते दिल
धडधडतं माझं काळीज
आणखी सांगा काय देऊ
सारं तुमच्यावरच लुटविल

दोन दिसाची; दोन रातीची का असेना
हाती धरून माझी करंगळी .....   " १ "
माझ्या बोटात .....

आलं शहारं अंगावर
काटं उभं न्हायलं त्यावर
रोमांच झालं पुलकित
श्वासात फुलला अंगार

कुणी जाई कुणी चमेली का असेना
हर कळी इथे तरंगली .....   " २ "
माझ्या बोटात .....

—अभिजित

49. लावणी .....

लावणी.....

मला म्हनत्यात जंगली कबूतर
करते इश्काचा गुटरं गुटरं .....   " धृ "

तुम्ही दिसताय लयी लबाडं
तुम्ही चोरलय माझं घबाडं
चोरीचं खाऊन थकला वाटत
हे सांगतय तुमचं थोबाडं

आता चला-चला म्हणते
तुम्ही नको-नको म्हणता
जाऊ द्या तिकड,माझंही काही
अडलं नाही बघा खेटरं .....   " १ "

मी झोंबणारा खट्याळ वारा
मी मऊशार मोर पिसारा
हुडहुडणाऱ्या थंडीत देते
माझा ह्यो उबबार उबारा

आता उसासा-सा भरते
तुम्हा बदनाम करते
मस्त पावसाच्या मदनात
न्हाऊन घ्या तुम्ही मिस्टर .....   " २ "

----अभिजित

50. लावणी .....

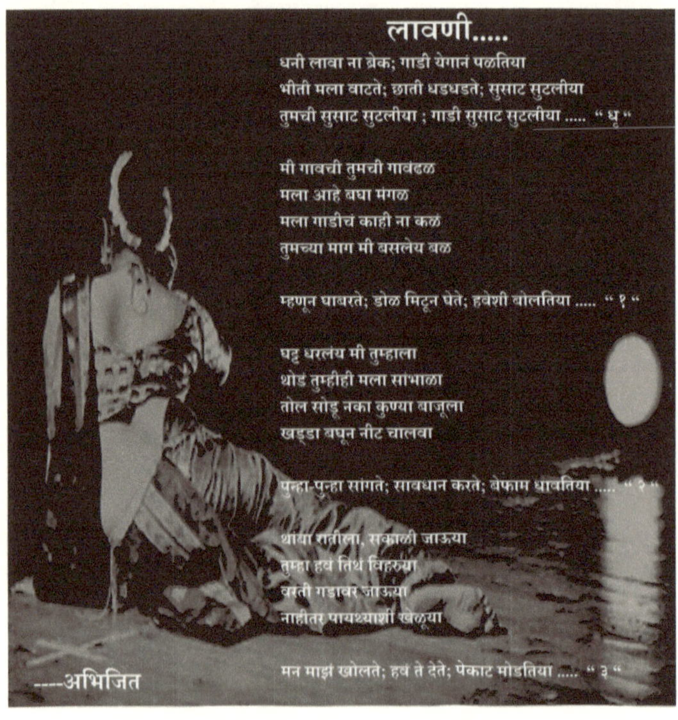

लावणी.....
धनी लावा ना ब्रेक; गाडी येगानं पळतिया
भीती मला वाटते; छाती धडधडते; सुसाट सुटलीया
तुमची सुसाट सुटलीया ; गाडी सुसाट सुटलीया ..... " धृ "

मी गावची तुमची गावंढळ
मला आहे बघा मंगल
मला गाडीचं काही ना कळ
तुमच्या माग मी बसलेय बळ

म्हणून घाबरते; डोळ मिटून घेते; हळेशी बोलतिया ..... " १ "

घट्ट धरलंय मी तुम्हाला
थोड तुम्हीही मला सांभाळा
तोल सोडू नका कुण्या बाजूला
खड्डा बघून नीट चालवा

पुन्हा-पुन्हा सांगते; सावधान करते; बेफाम धावतिया ..... " २ "

थांबा रातीला, सकाळी जाऊया
तुम्हा हवं तिथं विहरुया
वस्ती गडावर जाऊया
नाहीतर पायथ्याशी खेळूया

मन माझं खोलते; हवं ते देते; पेकाट मोडतिया ..... " ३ "

-----अभिजित

अस्वीकरण

सर्व निर्मिती कल्पनेवर आधारित आहे. लेखकाच्या किंवा विश्वातील कोणाच्याही जीवनाशी त्याचा काहीही संबंध नाही. सर्व लेख काल्पनिक आहेत आणि कोणत्याही जिवंत किंवा मृत व्यक्तीशी साम्य नाही. जर काही साम्य असेल तर तो निव्वळ योगायोग आहे.

कवीचा अल्प परीचय

कवी संजय चं. कांबळे (अभिजित) अत्यंत गरीब कुटुंबात जन्माला आले . लहानपणा पासूनच ते अभ्यासात हुशार होते . दहावी पर्यंत पहिला क्रमांक मिळविला. आठवीत असतांना पहिली कविता लिहिली. मित्रांनी खूप तारीफ केली. स्फुरण चढलं. मग कविता लिहिणं रोजचच झालं. पुढे-पुढे कवी संमेलनात भाग घेतला . वर्तमानपत्रातून कविता येऊ लागल्या. खूप बक्षीसं मिळाली.

हे सगळं सुरु असतांना मध्येच गाणी गाण्याचा पण छंद जडला. आई घरी काम करीत असतांना सतत गुणगुणत रहायची. तिचे गुणगुणणे त्यांच्या नसानसात भिनले. ते हि गाणी गायला लागले. एफ. वाय. बी. कॉम. ला असतांना पहिले गाणे गायिले. नंतर ऑर्केष्ट्रा मध्ये गाणी गाऊ लागले . नंतर कामाला लागले. लग्न झालं. दोन मुले झाली.

त्यांनी कामातून वेळ काढून कविता, गाणी, गझल, भजन, लावणी इत्यादी गाणी लिहिणे आणि रेकॉर्ड करणे सुरु केले. त्यांनी १० ते १२ सीडी रेकॉर्ड केल्या आहेत. एक सीडी टी-सिरीजमध्ये तर दुसरी सीडी कुणाल कंपनीत रिलीज झाली आहे. त्यांची दोन पुस्तके प्रकाशित झाली आहेत.

सध्या ते रिटायर्ड जीवन जगत आहेत . स्टार मेकर एप वर गाणी गात आहेत . ग्लोबल लेवलवर त्यांचा लेखन प्रकाशित करण्याचा ते प्रयत्न करीत आहेत. आपण वाचक त्यांचे सहर्ष स्वागत कराल अशी नम्र आशा बाळगतो.

Mail Id: sk916720@gmail.com